காதல் தீக்குச்சிகள்

விக்னேசு சிவனடியன்

ஏலே பதிப்பகம்

காதல் தீக்குச்சிகள்– கவிதைகள்
© விக்னேசு சிவனடியன் 2021
எழுத்தாளர்: விக்னேசு சிவனடியன்
Email : Theekkuchigal@gmail.com
Phone: 9150599086
Insta Id : @theekkuchigal
முதல் பதிப்பு: அக்டோபர் 2021

வெளியீடு:
ஏலே பதிப்பகம்
5/175, பாத்திமா நகர்,
கூத்தென்குழி,
திருநெல்வேலி – 627104
தொடர்புக்கு: 9944992571

Kathal theekkuchigal - Poetry
All CopyRights Reserved By © Vignesh sivanadiyan 2021
Author: Vignesh sivanadiyan
First Edition: ctober2021

Published By:
Aelay Publish
5/175, Fathima nagar,
Kuthenkuly,
Tirunelveli -627104
Phone: 9944992571

Design And Executed by

ISBN : 978-93-5533-017-8
Page : 80

நூல் குறிப்பு:

காதல் தீக்குச்சிகள் என்னும் புத்தகம் காதலையும் கண்ணீரையும் இணைத்து படைக்கப்பட்ட ஒரு தமிழ் படைப்பாகும்.

ஆசிரியர் குறிப்பு:

கடலூர் மாவட்டம் விருத்தாச்சலம் வட்டம் தொட்டிக்குப்பம் கிராமத்தை சேர்ந்த விக்னேசு சிவனடியன் என்ற நான்,இப்புத்தகம் உங்கள் கையில் இருப்பதற்கு அளவற்ற மகிழ்ச்சி அடைகிறேன்.இது என் முதல் புத்தகமாகும் வாசகர்களின் ஆதரவோடு பல புத்தகங்களை படைக்க காத்திருக்கிறேன் மேலும் என்னை அனைத்து வலைத்தளங்களிலும் "தீக்குச்சிகள்" என்ற பக்கத்தை பின்தொடருங்கள்.

வாழ்த்துரை :

தமிழை வாசிக்கத் துடிக்கும் பேரன்புமிக்க வாசகர்களே

உங்களுக்காகவே அழகிய வரிகளைக் கொண்டு
எழுத்துக்களை எளிதில் புரியும்படி எழுதியுள்ளார்.
கவிஞர் விக்னேசு சிவனடியன்.

அவரின் கவிதைகள் அனைத்தும் ஒரு நிமிடம் நின்று
பார்க்கும்படி ஒவ்வொரு வரிகளும் அவ்வளவு
இனிமையாக இருக்கின்றன.

இது இவரின் முதல் புத்தகமாகும்.இக்கவிதைகள்
உணர்வுகளோடு கலந்த வரிகளாகும். இப்புத்தகத்தை
படிக்கும் போது காதல் உணர்வினால் கண்ணீரில் கலந்த
மகிழ்ச்சி வருகிறது.

எனவே காதல் தீக்குச்சிக்கள் புத்தகத்துக்கு எனது
நெஞ்சற்ந்த வாழ்த்துகள் உறவே

உங்களின் வளர்ச்சி மேன்மேலும் வளரவேண்டும்...
உங்களின் வரிகள் வாசகரின் உள்ளதை
கொள்ளைக்கொண்டு அனைவரும் இப்புத்தகத்தை
வாசித்து என்னைப்போல் மகிழவேண்டும் என
வாழ்த்துகிறேன்...

- காதலுடன் பிரியா

1.காதல்

பித்தனைச் சித்தனாக்கும்
சிந்தனைப் பித்தனாக்கும்

கல்லை சிலையாக்கும்
சிலையை கல்லாக்கும்

உலியால் மலை நொருக்கும்
சிற்பமாய் சிலை செதுக்கும்

அம்மாவாசையில் நிலவைத் தேடும்
பௌர்ணமியில் நிலவை தேடும்

கீறலை கவியாக்கும்
சிந்தனைனையை சிறகாக்கும்

காதல்

2.அலட்சியம் இல்லையடி

நித்தம் நித்தம் உரையாடல்
உன்னைப்பற்றி
என் நெஞ்சுக்குள்

தொலைபேசி உரையாடல்
ஓர் நொடி
என்றாலும்

என் நெஞ்சுக்குள்
அலட்சியம் இல்லையடி

அன்பே வார்த்தைகளை
கொட்டி தீர்க்காதே

நெஞ்சினிலே ஆயுதச்
சொற்களால் தாக்காதே

3.சண்டையும் சமாதானமும்

சண்டையும் சமாதானமும்
மாறி மாறி காதலுகுள்

அந்த குட்டி சண்டையில்
அவளுக்கு அப்படி
ஒரு ஆனந்தம்

வேணுமென்றே
பயந்து நடுங்குவேன்
அவள் கோபத்திற்கு

அவள் முகத்தில்
அப்படி ஒரு புன்னகை
பரிசாக கிடைக்கும் அல்லவா

எதற்காக சண்டை என்று
அவளுக்கும் தெரியாது

எதற்காக சமாதானம் என்று
எனக்கும் தெரியாது

சிரிப்பாக இருக்கிறது

அடிமைப்பட்டேன்
அவள் அன்பிற்கு

4. இம்சை இனியவளே

இம்சை இனியவளே
காதல் இம்சை தருகிறாயே

ஈட்டியால்
என் இதயத்தில்
குத்தூக்கிறாயே
அடிக்கடி சண்டை போட்டு

நித்தம் உனக்கு
முத்தம் கொடுக்க
சித்தமாகிறேன்

செய்யாத தவறுக்கு மொத்த வெறுப்பை
என்னில் காட்டி கொத்தி போகிறாயே

புரியாமல் இருக்கிறாயா
என் அன்பை

வேண்டுமென்றே
சண்டை போட்டு
அதில் ஒரு சுகம்
காண்கிறாயா

5. காதல் சொன்ன ஓர் நொடியில்

எட்டிக்காய் தித்திக்கின்றதே

ஈரக்காற்று
காதல் வீசுதே

மின்னல் ஒளியும்
என் சன்னல் வருதே

தென்னைமர உச்சி
என்னை தொட்டு
செல்லுதே

சிட்டுக்குருவியும்
என்னைக் கொத்தித் தின்றதே

பட்டாம்பூச்சியும்
என் மகிழ்ச்சியை
பங்கு கேட்டதே

காணாமல் போன
கவிதை காகிதம்
உன் காதலாய் கிடைத்ததே

கட்டெறும்பு முத்தமிட்டு
கடிக்க மறுத்ததே

காயம் கண்ட
கண்ணீர் துளி காணாமல் போனதே

வாணின் நட்சத்திரம்
என்னை வட்டமிட திட்டமிட்டதே..

நீ காதல் சொன்ன
ஓர் நொடியில்

6.சின்ன சின்ன சண்டைகள்

சின்ன சின்ன
சண்டைகள்

நம்மிடையே
சிறு பிளவை
உண்டாக்கி

அதில் பெரும்
காதலை விதைகின்றதே

வெறுப்பே இல்லா
அந்த கோபம்
என் மீது காட்டு

அது நீ அன்பை தருவதின் சுகத்தை
விட பெரிதாக இருக்கின்றதே

ஓரிரு நாட்களே அதிகம்
சட்டையோடு பயணித்த தருணம்

ஈருயிரும்
ஓர் உயிராய் வாழ

சண்டையும் சமாதானமும்
காதலுக்குள் மூழ்கும்

7. அவ நினைப்பு

நெஞ்சுக்குள் இருக்கும்
பற்றி எரியும்
அவள் நினைப்பு

காட்டுத்தீயாய்
என்னை ஏனோ வேட்டையாடுது

சுண்டெலியா நானும்
பூனையாய் மாறி
என்ன கடிக்க பாக்குறா

கண்ணா மூடி போட்டு
என்ன வேக வைத்து
வடிக்கிறா

சும்மா சும்மா வந்து
காதல் செடி ஒன்னு
வைக்கிறா

விக்னேசு சிவனடியன்

காட்டு யானை கூட்டம்
அவ பார்வையில தாக்கும்

கரும்பு தோப்பா அவ
எறும்பா என் மனம் மாருதே

தேனீக்கள் தேர்ந்தெடுக்கும்
பூ வாசகாரியே

தெகட்டா தேன் தரும்
நடமாடும் மாயக்காரியே

8. முதல் காதல்

புதுப்பார்வை
நெடுநேரம்

உயிர் சிலிர்த்ததை
அவள் பார்வையில்
உணர்ந்தேன்

பருவமாற்றம் நேரம் அது
பதிமூன்றாவது வயது

காதல் என்று
அறியாமல் காதலித்துக்
கொண்டிருந்தேன்

கண் திறந்த
கனவு உலகம் அது

அவள் கண்
இமைக்கும் பொழுது தான்
உணர்ந்தேன்
கனவல்ல என்று

அன்று கவி
எழுதி இருந்தால்

அவள் கன்னக்குழி
அழகை வைத்து

ஆயிரம் கவிதை
எழுதி இருப்பேன்

முதல் காதலும்
முற்றுப்பெற்றது
முடிவில்லா காதலோடு

9. காதலிக்கு பரிசளிக்க

கோவிலுக்கு சென்றிருந்தேன்
காதலிக்கு பரிசளிக்க

புதையல் ஒன்றுமில்லை
பார்வையும் முகத்தையும் தான்

அவள் பரிசாக
ஏற்றுக்கொண்டாள்

அடடா அழகிய
ஒரு சிற்பம் கண்டேன்

வேறு யாருமில்லை
என்னவளைதான்.
அதே சமயம்

என் நெஞ்சில் எரியும்
தீபம் ஒன்று
தீபம் ஏற்றியது

அவள் உடல் மட்டும்
நவகிரகங்களைச் சுற்றியது

அவள் கண்களும் வேண்டுதலும்
என்னைதான் சுற்றியது.

10. என்னவள் தீபம்ஏற்ற வருவாள்

சூரியனே விரைவில்
உறங்கச் செல்வாயா

இன்று கார்த்திகை
தீபம் அல்லவா

என்னவள் தீபமேற்ற
வருவாள்

ஒரு நொடி
கூட என்னால்
காத்திருக்க முடியவில்லை

விரைந்து செல்வாயா

என்னவள்
தீப ஒளியில்
எப்படி இருப்பாளோ

என் நெஞ்சில்
காதல் தீபத்தை
ஏற்றுவாளோ!!

11.கண்டேன் கண்டேன்

கண்டேன் கண்டேன்
கண் இமை

தன் பணியை
மறந்து போகும்
பெண்ணை கண்டேன்

சென்றேன் சென்றேன
அவள் கால் கொலுசில்
சிறு மணியாக சென்றேன்

யுகமும்
ஒரு நொடியாய்
கழிப்பேன்
அவள் இனிமை
குரல் ஒளியில்

12. அவள் கட்டும் சேலை

பருத்தி பூக்கள்
எத்தனை நாட்கள்
தவமிருந்திருக்குமோ

நீ கட்டும்
சேலையாக மாறுவதற்கு

வெட்கப்பட்டு
நடக்கும்நடையில்

அந்த சேலையில
உள்ள ஓவியமும்

உயிர் பெற்று
என்னிடம் பேசுதே

அதில் உள்ள
பூக்கள் மலர்ந்து
புது வாசம் வீசுதே

புகைப்படம் ஒன்றெடுக்க
என் கைபேசி துடிக்குதே

இரவெல்லாம் தூங்காமல்
அந்த அழகை ரசிக்க
என் மனம் விரும்புதே

13.சித்திரை மழை அவள்

சித்திரையில் வந்த
சிறு மழையோ
நீ

நித்திரையில் வந்தெழுப்பும
சூரியனோ நீ

தெரு முனையில்
நான் தேடுகிறேன்

உன் நிழல்
பட்ட பூச்செடியை

என்னுடன் தேனீக்களும
தேடுகிறதே

சுவைமிகுந்த தேனெடுக்க

உன் விழியோரம்
கருமை மையாகிறேன்

நீ கண்ணீர் மட்டும் விடாதே
கரைந்து போகிறேன்

துளித்துளியாய்
உன்னை சேர
நான் மழையாகவா

மார்கழியில்
நீ குளிர் காய
நான் தீயாகவா

காலையில் உன் உதடு
சுவைக்கும்
தேநீர் குடுவையாகவா

காதோரம்
காதல் செய்யும்
கைபேசியாகவா

எப்படியோ உன்னை சேர
நான் வரம் கேட்கிறேன்

இப்படியே
சினம் காட்டி
என் மனம்
நொருக்கிறாயே

14. கடலலைகள் முத்தமிடுகின்ற

பெண்ணே
உன் பாதம் பட்ட
இடம் தித்திக்குமே
என்னவோ

கடலலைகள்
முத்தம் இட்டு
செல்கின்றன

நீ சென்ற பிறகு
பல அலைகளை
கூட்டி வந்து

எங்கே அந்த
பெண் என்று
வினவி ஏமாந்து
செல்கிறது

தினம் ஒரு முறை
உன் பாதச்சுவடுகளை
கடற்கரையில் பதித்துவிடு

இல்லையென்றால்
காதல் கொண்ட அலைகள்

ஊருக்குள் புகுந்தாளும்
புகுந்துவிடும்..

15.சூரியனே தாகம் கொள்வாய்

சூரியனே தாகம்
கொள்வாய்

அவள் கண்களில்
மாட்டிக்கொள்ளாதே

நிலவே மேலும்
உன்னை
அழகாக்கிக் கொள்

அவள் அழகின் முன்
தோற்று விடுவாய்

உன்னிடம் கொடுக்க
உன்னை விட
அழகான பூக்களை
தேடிபார்க்கிறேன்

கிடைக்கவில்லை

16. குட்டி சிட்டு பெண்ணே

குட்டி சிட்டு
பெண்ணே

கூந்தல் மின்னும்
கண்ணே

கண்டு கொள்ளேன்
காதல் கனவே

காதலோடு தேடுகிறேன்
கண்டுக்காமல் ஓடுகிறாய்
இரவோடும் உன் நினைவு
கனவோடும் உன் நினைவு

என் உறக்கத்தை
திருடுகிறது

இல்லை என்று
மறுக்கிறாய்

பார்வை பார்த்து
என்னை உருக்கிறாய்

நெஞ்சில் நினைவாய்
நிறைந்தவளே
தீயில் விறகாய் எரிக்கிறாயே

காதலே காதலே
உன் பின்தொடரும்
என் காதலே

17.உன்முத்தம்

வெயிலா?
பனியா?
உன் முத்தம்!

ஒரே நேரத்தில்

உருகியும் போகிறேன்

உறைந்தும் போகிறேன்

18. முத்த கவிதை

எழுது கோலால்
மட்டும்தான்

கவி எழுதலாம் என்று
நினைத்து கொண்டிருந்தேன்

மோகத்தில் உன்னை
முத்தமிட்ட போது தான்
உணர்ந்தேன்

முத்தத்தாலும
கவி எழுதலாம
என்று

19. கவிதை ஊற்று

கவிதை ஊற்று
கரைக்கும் காகிதம்

விதைகள் விதைக்குதே
விரல்கள் துடிக்குதே

நீண்ட நேரத்தை
விரும்புதே

வியர்வைத்
துளி வடியுதே

இளமை விரும்புதே
அவள் செவ்வாயின்
கவிதை ஊற்றை...

20.சத்தமில்லா முத்தம்

சத்தமில்லாமல் முத்தமிட்ட
அதே நொடிகள்
என் கண்முன் கரைகிறதே

அதை நினைத்தால்
இப்பொழுதும்
என் இதழ்கள் நினைகிறதே

உன் மார்போடு
சாயும் போது

என் நெஞ்சை
சிறைப்படுத்திய
அதே இசை

என் செவியோரம் கேட்கிறதே

என் உறக்கத்தை திருடுகிறதே

21. அவளுடன் நெருக்கத்தில்

மோகங்கள் மூச்சடைக்க

முத்தமழையால்
நீ நனைய

மொத்த விரல்கள்
சிறைப்பிடிக்க

மூக்குத்தி மின்னல் ஒளி
முழு நிலவாய் தெரியுதடி

நெருக்கத்தில்
நீ இருந்தால்

உருக்கத்தில்
என் தேகம்
நனையுதடி

மின்விசிறி வேண்டாமடி

உன் மூச்சுக்காற்று
போதுமடி

22. காதலை மறைக்காதே

நெஞ்சுக்குள
மறைக்காதே

வெட்கப்பட்டு காதலை
நெஞ்சுக்குள் மறக்காதே

ஒரு நிமிடம்
நின்று பேசி

தீ பார்வையில்
கொன்று போகாதே

உன் கொஞ்சொலியிலிருந்து
சிந்திய மணியிடம்
தனிமையில் பேசுகிறேன்

உன்னை நினைத்து
உருகி போகிறேன்

உன் சிரிப்புக்கு
என்ன பொருள்

தேடுகிறேன்
காதல் கதைகளில்..

23. எங்கே சென்றாய்

எங்கே சென்றாய்
என் இதயத்தில்
காயம் உண்டாக்கி

வாழ்வில் அழகி
பொழுதை உருவாக்கியவளே

வாழ்வில் அழுகையை
இன்று நிலையாக்கினையே

ஒன்றாய் திரிந்தோமே
அன்று கனவு
உலகத்தில்

அன்பாய் பழகிணோமே
காதல் மோகத்தில்

உன் வருகைக்காக
காத்திருந்த ஒவ்வொரு
நொடிப்பொழுதும்
திரும்ப கேட்கிறது
என் மனமே

என்னென்ன வார்த்தை
சொல்லி என் கூட
பழகுன

ஒத்த நொடி கூட
உன்னை பிரிவுவோனோ

என்று தொலைபேசியில்
சொன்னியே

ஒத்த வார்த்தை
சொல்லாமல் ஒதுங்கி
ஏன் போனியோ

விக்னேசு சிவனடியன்

சோகத்தில் நானிருந்தால்
சோர்ந்து தான் போவியே

சோறு தண்ணி
இல்லாமல்
சோகத்தில் நான் இருக்கேன்

என் கனவில்
வந்து நீ
ஆறுதல் கூறுவாயா!?

24. அலட்சியம் இல்லையடி

நித்தம் நித்தம் உரையாடல்
உன்னைப்பற்றி என் நெஞ்சுக்குள்

தொலைபேசி உரையாடல் ஓர் நொடி
என்றாலும்
என் நெஞ்சுக்குள
அலச்சியமில்லையடி

அன்பே வார்த்தைகளை
கொட்டி தீர்க்காதே
நெஞ்சினிலே ஆயுத
சொற்களால் தாக்காதே

25.நினைவாய் நிறைந்தவளே

நெஞ்சம் முழுவதும்
நினைவாய் நிறைந்தவளே

அன்று காதல்
சொல்ல மறுத்துவிட்டு

கனவில் வந்து
காதல்கானம்
பாடுகிறாயே

கடலலையாய்
உன் மீது
கொண்ட காதல்
காலம் முழுவதும்
என்னை மூழ்கடிக்குத்தடி

நீ பார்த்து
சென்ற பார்வையைதான்
என் காதல்
கதை என
சொல்லித்திரிகிறேன்

26. அவளுக்கே தெரியாமல்

அவளுக்கே தெரியாமல்
அவளுடன் வாழ்ந்து
கொண்டிருக்கிறேன் கனவில

அந்த கனவு கலையாமல்
நீளுமானால்
உறக்கக்கத்தோடு
இறந்து புதைந்து
போகிறேன்
மண்ணில்

நேற்றிரவு கனவில் வந்த பெண்
அவள் தானா என்று
கண்கள் கேட்கிறதே

மீண்டும் மீண்டும்
கனவில் வருவாளா என்று
நெஞ்சம் அவளிடம்
வேண்டுகோள் விடுக்கிறதே

இரவில் வரும்
நிலவைப் போல்
என் கனவில்
வரும் பெண்ணிலவு

இன்றிரவு வருவாளா
மாத விடுமுறை எடுப்பாளா

27.காதல் கடிதம்

நான் எழுதிய
காதல் கடிதம்
தயகத்தில் என்னுள்
உறங்க

அவள் கண்களால்
எழுதிய காதல்
என் இதயத்தை பிளக்க

ஆண் என்ற கர்வம்
இழந்து
அவள் அடிமை ஆகிறேன்

காதல் சொல்ல தயங்கி
நானு சுவற்றுக்குள்
புலம்புகிறேன்

இதயத்தில் அவள்
பெயர் எழுதி
ரசிக்கிறேன்

என்னை கண்டுக்காமல்
இதயத்தில் வலி
உண்டாக்கி சிரிக்கிறாளே

இத்தொடர் இப்படியே நீளுமோ
காதல் சொல்லி
காவியமாகுமோ ்

♡

28.உன் நினைவில்

உன் ஒரு வார்த்தை
எனை சேர நடமாடுகிறன்

இரவு பகல்
உன்னை நினைத்து
கனவு காணுறன்

உப்பில் நிறைந்த
கடல் நீராய்
உன் நினைப்பில்
நான் மூழ்கிறேன்

ஏனோ தடுமாறுறன்
உன் நினைவில்
அலை மோதுறன்

29. உன் சோகம்

உன் சோகம்
காயங்கள்
உருவாக்குதே

ஆறும் நேரங்கள்
மனம் எதிர்பார்க்குதே

உன்னோடு தான்
இனி வாழ்க்கை
பயணம் என்று
இறைவனோடு
என் நெஞ்சம்
வேண்டுதே

உன் வெட்கம்
எனை சேருதே

பெண்ணே நில்லடி
என் விரல்
தீண்டி செல்லடி

இன்றிரவு நிம்மதியாக
தூங்கி கண் விழிக்க
வரம் தானடி

நீ தூக்கி எறிந்த
குப்பை கூட
வரம்தானடி

உன் பாதம் பட்ட கற்களும்
தெய்வ சிலை தானடி

உன் பார்வை பட்டால்
கடல் ஓவியமும்
புயல் கொண்டு
தாக்குதே

அந்த புயலில்
மலையாய் உனை சேர
மனம் ஏங்குதே

30.இந்த வலியை அறிவாய

இந்த வலியை

நீ அறிவாயா

இன்னும் வலி தந்து
பிரிவாய

கருமேகங்களாய்
காதல் மழை பொழிவாயா

இன்னும் பல கேள்விகளை
விட்டுவிட்டு எழுதும்
எழுத்தாணியாய்
என் மனம் கிருக்குகின்றதே

வெற்று காகிதமாய்
என் காதல்
உன் இதய கடலில்
வலம்வர உருவெடுக்கின்றதே

பெரும் புயலடித்து
ஒருபோதும் நொறுக்கி விடாதே

பெரும் அலை தந்து
ஓர் நொடியில் மூழ்கடித்துவிடாதே..

31.இரவெல்லாம் கிறுக்கிய கவிதை

இரவெல்லாம்
கிறுக்கிய கவிதை

அவள் கண்டுக்காமல்
போனதும்
வலியோடு உறங்கியது
காகிதத்தில்

காணத் துடித்த கண்கள்
கண்ணீர் விட்டது துயரத்தில்

தேடி சென்ற கால்கள்
உடையாமல் உடைந்து
போனதே

விரும்பி துடித்த இதயம்
துருப்பிடித்து
சுக்குநூறாய் ஆனதே

அவள் கூந்தலிருந்து
உதிர்ந்த பூக்கள்
என் கைகள் சேர்ந்ததே

அவளை பிரிந்த
வலி தாங்காமல்
கண்ணீர் விட்டு
மீண்டும் வலி உண்டாக்குதே...

32. எத்தனையோ காதல் செய்தேன்

எத்தனையோ
காதல் செய்தேன்

அத்தனையும்
நீதான்

மறந்து மறந்து
போகிறேன்

உன்னை அல்ல
உன்னால் ஏற்பட்ட காயத்தை

மீண்டும் மீண்டும
காயப்பட்டு காதல் செய்கிறேன்

33. மரணம் வரை

மரணம் வரை
மகிழ்ச்சியைத் தருவது

அவள் நினைவுகள் தான்,

மரணம்வரை வலிகளை
தருவதும்

அவள் நினைவுகள் தான்.

கனவிலும் சுகங்களை
தருவது

அவள் காதல் தான்,

கல்லறையிலும் உறக்கத்தைக
கெடுத்து விடும்

அவள் காதல் தான்.

கண்ணீராய் மீண்டும்
உன் காதல்
என் கல்லறையில் கிடைக்குமானால்

இறந்து போகிறேன்
இப்பொழுதே

கண்ணீராய்
உன் நினைவு
கண்ணோரம் சிந்துதே

34.அவள் தந்த வலிகள்

திடீரென்று
தோன்றி மறைந்த
கவிதை
அவள் காதல்

இறைவனே
வரம் தந்தாலும்
எழுத முடியாத
கவிதை அவள்

தீய கனவாய்
என் காதலை
மறந்து சென்றவளே

என் காதல் தீயில்
சற்று நேரம்
குளிர் காய்ந்தது
ஏனோ

மருத்துவரிடம்
காட்ட முடியவில்லை
அவள் காதல் தந்த
காயத்தை

மருந்தே ஒன்று
கிடைக்கவில்லை
அவள் நினைவு முட்கள்
குத்திய இடத்திற்கு...

அவள் பிரிவு
மரணத்தை விட
பெரிதாக ஒன்றை
பரிசளிக்கிறது

அவள் நினைவை பற்றிய
கவிதை எழுதி
களைத்து போனது
எனது எழுத்தாணி

காகிதத்தையும் எழுத்தாணியையும்
கல்லறைக்கு கொண்டு செல்வேன்
அவள் நினைவு பற்றிய கவிதை
அங்கே தோன்றினாலும் தோன்றுமா..

35. தூரத்தில் அவள்

தூரத்தில் கேட்கும்
பாடலா அவள் பெயர்

எங்கிருந்தோ கேட்டுக்கொண்டே
இருக்கிறது

நானும் முணுமுணுத்துக் கொண்டே
இருக்கிறேன்

பாட்டு கேட்டு
அவளை மறந்து உறங்கலாம்
என்று நினைத்தேன்
அந்த பாடலும்
உறங்க விடுவதில்லை
அங்கும் அவள் ஞாபகம்

இன்னும் எத்தனை
பாடலின் வரிகளில் வலியாக நிறைந்திருப்பாளோ

என் இதய இருளில்
வரையப்பட்ட ஓவியம்
அவளோ

36.கொஞ்ச நேரம்

கொஞ்ச நேரம்
அவள் தொலைபேசி
எண்ணைகூட
தடை செய்து
வைக்க முடியவில்லை

அவள் நினைவுகளை
எப்படி தடை செய்வது

37.அவளே காரணம்

அவள் நினைவு
வரும்போதெல்லாம்
கண்ணீர் வடிப்பேன்

இல்லையேல்
கவிதை வடிப்பேன்

அவள் கொடுத்த
மகிழ்ச்சி எல்லாம்
இன்று வலியாய்
மாறுமென்று அன்று தெரியவில்லை

இன்று கவிதையாய்
மாறி நிற்பதெல்லாம்
அவள் நினைவுகள் தான்

திடீரென்று எங்கிருந்து
கவிதை எழுதுகிறாய்
என்று கேட்கிறார்கள்
,அவளை தொலைத்த
இடத்திலிருந்து தான்
எழுதுகிறேன்

அவள் நினைவுகள்
வலிகளை மட்டும்
தருவதில்லை
கவிதைகளையும் தான்
தருகிறது

நீண்ட நேரம்
வார்த்தைகளை பரிமாறினாள்
அதை காதலென்று
நினைத்து
புலம்பி
கொண்டிருக்கிறேன்

38.உடைந்து போனது

அவள் கொட்டித்தீர்த்த
முத்தங்களின் இனிமை

அவள் பேசி சென்ற
வார்த்தைகளின் தாலாட்டு

அவள் எழுதித் தந்த
காதல் கவிதையின் ஊவமைகள்

அவள் காட்டிச் சென்ற
எண்ணிலடங்கா காதல் ஒசைகள்

அத்தனையும் ஆயிரமாயிர
தூகள்களாக உடைந்து போயின

அவள் என்னை
மறந்துவிட்டேன் என்று
சொன்னபோது

காதல் தேன் ஊட்டிய
கண்மணியே

என் ஆகத்தில்
சாதல் எண்ணம்
தோன்றுகிறதே

39.என்னவனுக்காக என்னவன் வருவனோ

எட்டி எட்டிப் பார்க்கிறேன்
தெருவோடு நீ வருவாய் என்று

சன்னல் ஓரம்
தென்றல் காற்றோடு கலந்து
உன் நினைவோடு
காதலில் கரைகிறேன்

என்னவனே உன்னை
நினைத்து நிலவோடு
கதைக்கிறேன்

தென்றலாய்
நீ வருவாய் என
சன்னலோரம் காத்திருக்கிறேன்

வெண்ணிலவை பார்த்து பார்த்து
வெட்கப்பட்டு தலை குனிகிறேன்

அங்கேயும்
உன் முகம்தானடா

நெஞ்சில் நினைவாய்
தூக்கத்தில் கனவாய்

விடியலை சூரியனாய்
இரவில் நிலவாய்

தெரிகிறாய் காதலனே
நிசத்தில் நித்தம்
உன் முத்தம் வேண்டும்

காத்திருக்கிறேன் காதலனே

40.அவனை தடுத்து நிறுத்துங்கள்

என் இனிய
தனிமையே
அவனை நினைக்காமல்
இருக்க மாட்டாயா

என் இரவின்
கனவே
அவனை தடுத்து
வேலியிட மாட்டாயா

என் இதயக் கூட
அவனை நினைக்காமல்
துடிக்க மாட்டாயா

என் கண்களே
நீங்களாவது அவனை
தேடாமல் இருங்களேன்

என்னுள் பிறந்த கர்வமே
நீங்களாவது பேசாமல்
இருந்தீர்களா..!

41.உன் மிதியடி மீது கோவம்

மண் துகள்கள்
உன் மிதியடி மீது
கோபமாக உள்ளது

உன் பாதம் தொட
தடையாக இருந்ததால்

ஒரு முறையாவது
உன் மிதியடிகளை
மறந்துவிட்டு வருவாயா
என ஏங்குகிறது

42.மின்னல் பார்வை அவனை பார்த்து

மின்னல் பார்வை
அவனைப் பார்த்து

ஒரு புதிய அழகு
என் முகத்தில்

அச்சச்சோ
அது வெட்கம்
என்று
என் தோழிகள்
என்னிடம் கூறுவார்கள்

கடகண்ணில் அவன் முகம் பார்த்து
முதல் காதல்
சொல்லத்தான்
அன்று தயக்கம்

என்மேல் அவனுக்கு
அப்படி ஒரு காதல்

நெஞ்சுக்குள்
நெருங்கி வந்தவன்

காதல் சொன்னாலும்
பிடித்தும் பிடிக்காதது போல் நடித்த
முதல் காதல்

என்றும்
முணு முணுக்கும்
நினைவுகள்

நெஞ்சில் நிறைந்த நினைவுகள்...

43.காதல் சொல்ல

என் காதலை சொல்ல
அவளிடம் நெருங்கினேன்
காதல் கடிதம்
பற்றி எரிகிறது
அவள் பார்வையில்

மறுநாள் எப்படியாவது
காதலை சொல்லலாம்
என்று நினைத்துறங்கினேன்
அதிகாலையில் இதயத்தில்
அலாரம் அடிக்கிறது

வண்ணத்துப்பூச்சிகளே
என்ன வியப்பு
நடந்து செல்வது
பூ அல்ல
என்னவள்
வழியை விடுங்கள்
இன்றாவது என் காதலை சொல்லியாகவேண்டும்

என் காதலை சொல்ல
பெரும் தயக்கம்
காதலை மறுத்து விட்டால்
என்னால் தாங்கிக்கொள்ள முடியாது

மனதில் பட்டதை
அத்தனையும் அவளிடம் சொன்னேன்
என் காதலை தவிர

எப்படியாவது காதலை சொல்லலாம்
என யோசித்து கொண்டிருந்தேன்
அவளே காதலை சொன்னால்
என் கனவில்

ஒவ்வொரு இரவும் பகலும்
அவளிடம் காதலைச் சொல்லலாம் என்றே
நகர்கிறது

ஒரே வார்த்தையில்
என் காதலை
எப்படி அவளிடம்
உணர்த்துவது
என் காதல் மிகப்பெரியது

அவளுக்காக வாங்கிய
ஒவ்வொரு பூக்களும்
என்னை பிரிய மறுக்கிறது
அவள் மீது
வைத்த காதலைக் கண்டு வியக்கிறது

44.தொலைக்காமல் தேடுகிறேன்

தொலைக்காமல் தேடுகிறேன்
பெண்ணே கிடைப்பாயோ

தொலைதூரமாய் எங்கிருக்கிறாய்
கண்ணில் படுவாயே

இரவிலே கனவிலும்
பெண்ணே வருவாயோ

இதயத்தில் குடி இருக்க
இடம் தான் தருவாயோ

விக்னேசு சிவனடியன்

வெண்ணிலவே என்னை பின்தொடர்கிறாய்
ஒருவேளை என்னவள் நீதானோ

நீ வெட்க பட்டு
மேகத்தில் மறைய
காரணம் நான் தானோ

இமை மூடும் இரவிலே
உன் மடி சாய்வேனடி

உறுக்கமானாலும்
இறுக்கமாய்
உன் விரல் பிடிப்பேனடி

தேங்கிக் கிடக்கும்
நீரிலே
மீன் குட்டி நானடி

நீந்தி செல்ல வழியில்லை
நதியாய் கைசேரடி

நீ இல்லாமல்
கடந்த நீண்டநேரம்
நான் தொலைந்தே
போனேன் தொலைதூரம்!

கசப்பாய் கடந்துபோன
சில மாதம்
கற்றுக்கொடுத்தது
சிலர் இல்லாமல்
வாழவே முடியாது என்று!
அந்த சிலர்
யார் என்பதை
நீ அறிவாய் என
நான் நம்புகிறேன்!

நீ தான் என்று,
என் நிழலை பார்த்து
அத்தோடு கதைத்ததுண்டு!!
பதில் இல்லாத போது
உணர்ந்தேன் /
நீ இல்லை என்பதை!

உன் அன்புக் குரல்
கேட்காத உலகம்
உணர்த்தியது¡

தனிமையின் வலியை

விக்னேசு சிவனடியன்

விக்னேசு சிவனடியன்